# ವೈದ್ಯ ಬೆಕ್ಕು

ವೈದ್ಯ ಬೆಕ್ಕು

ಕಥೆ: ತೂಲ ಪೇರೆ
ಚಿತ್ರ ಲೇಖನ: ಕ್ಲೌಡಿಯಾ ಬೆಜಾಕ್
ಪುಟವಿನ್ಯಾಸ: ಪೀಟರ್ ಸ್ಟೋಣ್
ಕನ್ನಡ ತರ್ಜುಮೆ: ಅಪರ್ಣ ಟೋಂಸಾನ್

ISBN 978-952-357-178-5 (Hardcover)
ISBN 978-952-357-179-2 (Softcover)
ISBN 978-952-357-180-8 (ePub)

ಮೊದಲ ಆವೃತ್ತಿ

ಕೃತಿಸ್ವಾಮ್ಯ © 2019: ವಿಕ್‌ವಿಕ್ ಲಿಮಿಟೆಡ್

ಪ್ರಕಾಶಕ: ವಿಕ್‌ವಿಕ್ ಲಿಮಿಟೆಡ್
ಫಿನ್ಲ್ಯಾಂಡ್ 2019

**The Healer Cat**, Kannada Translation

Story by *Tuula Pere*
Illustrations by *Klaudia Bezak*
Layout by *Peter Stone*
Kannada translation by *Tomsan Kattakkal*

ISBN 978-952-357-178-5 (Hardcover)
ISBN 978-952-357-179-2 (Softcover)
ISBN 978-952-357-180-8 (ePub)
First edition

Copyright © 2019 Wickwick Ltd

Published 2019 by Wickwick Ltd
Helsinki, Finland

Originally published in Finland by Wickwick Ltd in 2016
Finnish "Parantajakissa", ISBN 978-952-325-055-0 (Hardcover), ISBN 978-952-325-555-5 (ePub)
English "The Healer Cat", ISBN 978-952-325-187-8 (Hardcover), ISBN 978-952-325-687-3 (ePub)

# ವೈದ್ಯ ಬೆಕ್ಕು

TUULA PERE · KLAUDIA BEZAK

WickWick
Children's Books from the Heart

ಯಜಮಾನಿಯು ತಾನು ಮಾಡಿದ ಬಣ್ಣುಗಳನ್ನು ಒಂದು ಚೀಲದಲ್ಲಿ ಹಾಕಿ ಆರುವದಕ್ಕೆ ಇಡುತ್ತಿರುವಾಗ, ಒಲೆಯ ಬೆಚ್ಚುಗೆಯಲ್ಲಿ ಕುಳಿತ್ತಿರುವ ಬಾನು ಎಂಬುವ ಬೆಕ್ಕಿಗೆ ದೂರೇನೂ ಇರಲಿಲ್ಲ. ಯಾಕಂದರೆ, ಯಜಮಾನಿಯು ಅವಳಿಗೆ ಒಂದು ಕಿಣ್ಣ ತುಂಬಾ ಕೆನೆ ತುಂಬಿದ ಹಾಲು ಕೊಡುವಳು; ಅನಂತರ, ಕಾಫಿ ಕುಡಿಯುವುದಕ್ಕೆ ಮೇಜಿನ ಹತ್ತಿರ ಕೂತಿರುವಾಗ ತನ್ನ ಮಡಿಲ ಮೇಲೆ ಬೆಚ್ಚಗೆ ಮಲಗುವದಕ್ಕೆ ಬಿಡುತ್ತಿದ್ದಳು.

ಆ ಮನೆತನದಲ್ಲಿ ಬೇರೆ ಬೆಕ್ಕಗಳಿದ್ದರೂ, ಬಾನುಗಿಂತ ಕೀಳಾದ ಪರಿಸ್ಥಿತಿಯಲ್ಲಿ ಬದುಕುತ್ತಿದ್ದರು. ಬಾನುಗೆ ಸಿಗುವಷ್ಟು ಪ್ರೀತಿಯೂ ಆದರಣೆಯೂ ಬೇರೆ ಯಾವ ಬೆಕ್ಕಿಗೂ ಸಿಗುತ್ತಿರಲಿಲ್ಲ. ಏಕಂದರೆ, ಬಾನು ಒಬ್ಬ ಸಾಮಾನ್ಯ ಬೆಕ್ಕು ಅಲ್ಲವಲ್ಲಾ; ಅವಳು ತನ್ನ ನೆರೆಹೊರೆಯವರಲ್ಲಿ ಖ್ಯಾತಿಹೊಂದಿದ ವೈದ್ಯ ಬೆಕ್ಕಲ್ಲವೇ? ಅವಳ ಮೃದುವಾದ ಗುರುಗುಟ್ಟುವಿಕೆಯೂ ನಯವಾದ ಪಂಜವೂ ಎಷ್ಟೊಂದು ಮನುಷ್ಯರನ್ನೂ ಮೃಗಗಳನ್ನೂ ಗುಣಪಡಿಸಿದೆಯಲ್ಲವೇ?

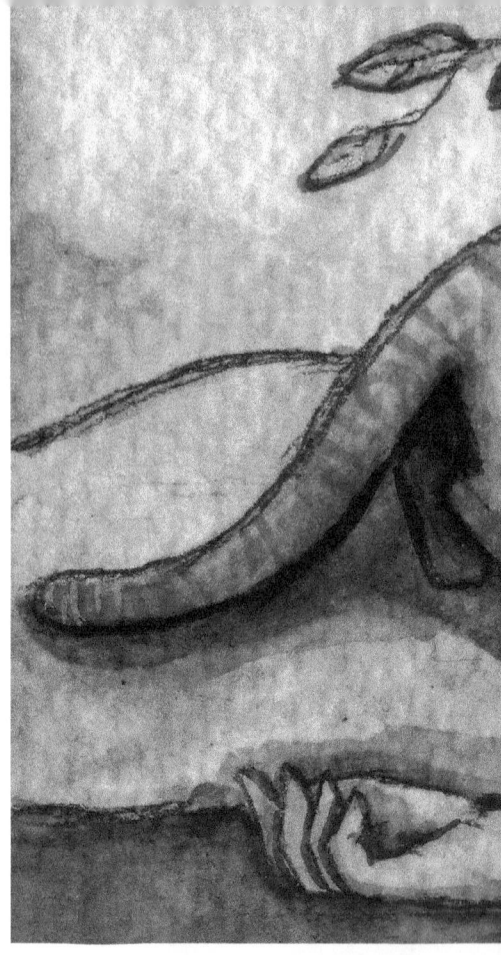

ರಾತ್ರಿಗಳಲ್ಲಿ ಯಜಮಾನನೂ ಯಜಮಾನಿಯೂ ಹಾಸಿಗೆಯ ಮೇಲೆ ಆ ದಿನದ ಪತ್ರಿಕೆಯನ್ನು ಓದುತ್ತಾ ಪಕ್ಕಪಕ್ಕದಲ್ಲಿ ಮಲಗಿಕೊಳ್ಳುತ್ತಿರುವಾಗ ವೈದ್ಯ ಬೆಕ್ಕು ಅವರಿಬ್ಬರ ಕಾಲುಗಳ ಹತ್ತಿರ ಮಲಗಿಕೊಂಡು, ಅವರ ಕಾಲ್ಬೆರಳುಗಳನ್ನು ಬಿಸಿಮಾಡುತ್ತಾ ಅಥವಾ ತನ್ನ ಯಜಮಾನಿಯ ನೋವುತ್ತಿದ್ದ ಬೆನ್ನನ್ನು ಬೆಚ್ಚಗೆಮಾಡುತ್ತಾ ಇದ್ದಳು. ತನಗೆ ರುಚಿಕರವಾದ ಊಟಹಾಕುತ್ತಿದ್ದ ಕಾರಣ, ಬಾನು ತನ್ನ ಯಜಮಾನಿಯನ್ನು ಗುಣಪಡಿಸುವದಕ್ಕೋಸ್ಕರ ಇನ್ನಷ್ಟು ಪ್ರಯತ್ನಸುತ್ತಿದ್ದಳು.

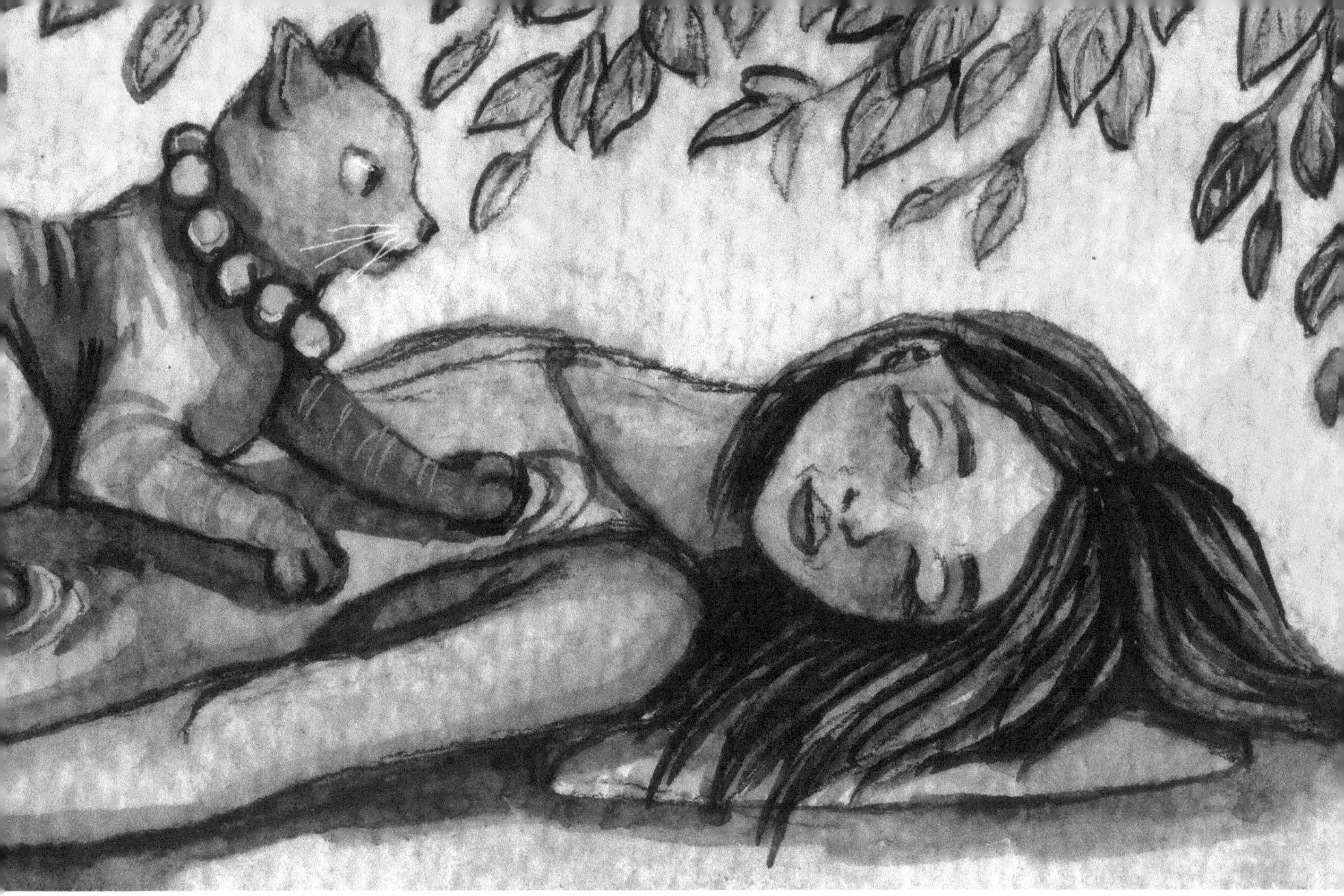

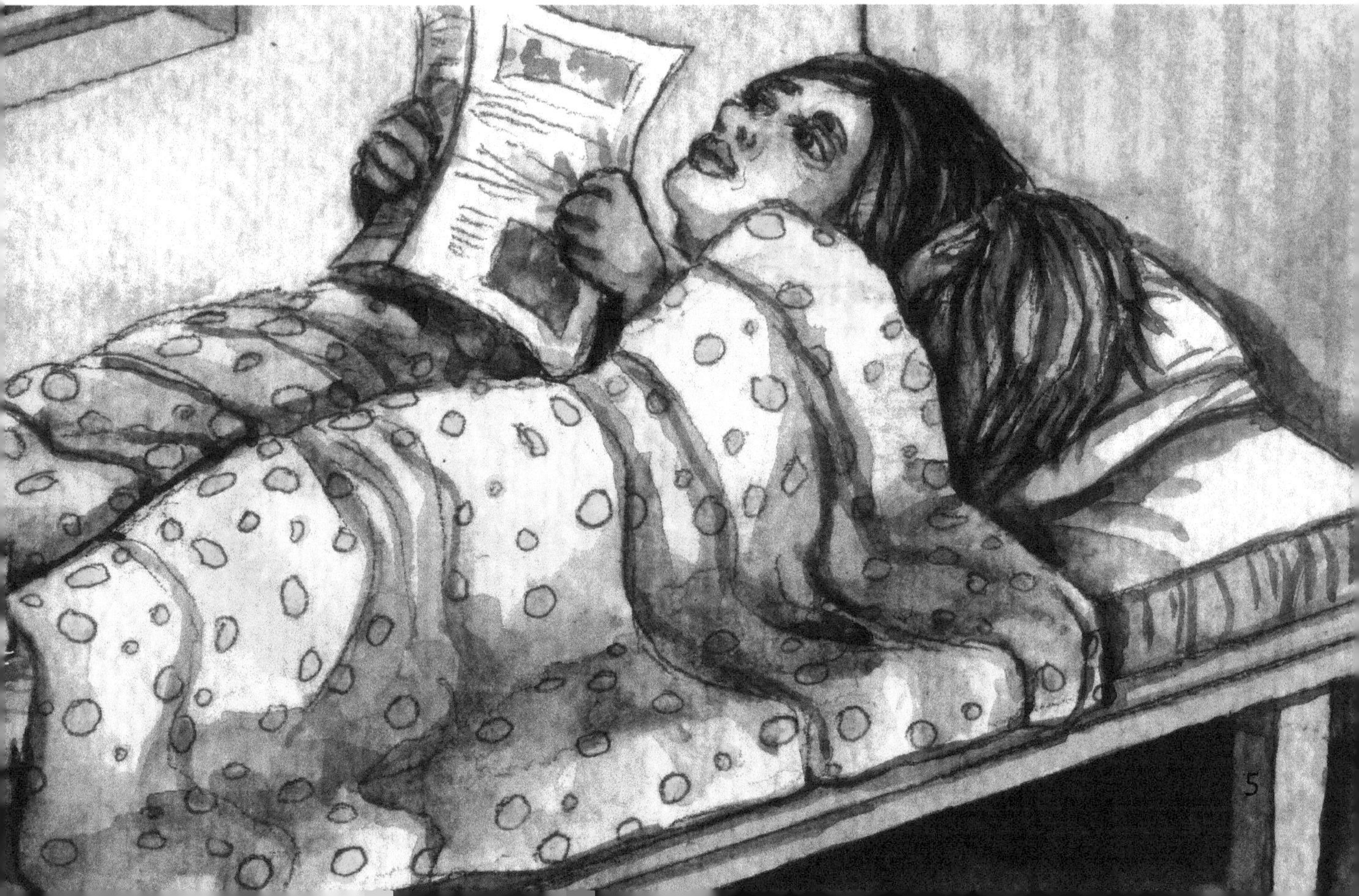

ಅಂದು, ಹಿಮಪಾತ ದಿನವೆಲ್ಲಾ ಹೊಡೆಯುತ್ತಿತ್ತು; ಹೊತ್ತು ಮೂಡುವಷ್ಟರೊಳಗೆ ಮಂಜೂ ಘೋರವಾಗುತ್ತಿತ್ತು. ನೆರೆಹೊರೆಯ ಹಲವು ಬಗೆಯ ಮೃಗಗಳು ಬಾನುವನ್ನು ಸಂದರ್ಶಿಸುವುದಕ್ಕಾಗಿ ಬಂದಿದ್ದರು. ತಾವು ಆದರಿಸಿದ ಈ ವೈದ್ಯ ಬೆಕ್ಕು ಹೇಳುವದನ್ನು ಕೇಳಿಸಿಕೊಳ್ಳುವದಕ್ಕಾಗಿ ಅವರು ಮನೆಯ ಪ್ರಧಾನ ಕೊಠಡಿಯಲ್ಲಿ ನೆಲದ ಮೇಲೆ ಕೂಡಿಕೊಂಡಿದ್ದರು. ಬಾನು ಒಲೆಯ ಹತ್ತಿರ ಬೆಚ್ಚಗೆ ಗುರುಗುಟ್ಟುತ್ತಾ ಮಲಗಿಕೊಂಡಿದ್ದಳು.

ತೋಟದಲ್ಲಿರುವ ದೊಡ್ಡ ಮರದಲ್ಲಿ ವಾಸವಾಗಿದ್ದ ಅಣಿಲಿನ ಕುಟುಂಬವೂ, ಇಬ್ಬರು ಗುಬ್ಬಚ್ಚಿಗಳೂ, ಮನೆಯ ಕಾವಲುನಾಯಿಯಾದ ರೆಕ್ಸ್ ಇವರೆಲ್ಲರೂ ಕೂಡಿಬಂದಿದ್ದರು. ಬಾನು ತನ್ನ ಕಣ್ಣುಗಳನ್ನು ಅರ್ಧ ಮುಚ್ಚಿಕೊಂಡು, ತನ್ನ ಕೊರಳಿನಿಂದ ಮೆಲುವಾಗಿ ಗುರುಗುಟ್ಟುತ್ತಾ ಇದ್ದಳು. ಅವರೆಲ್ಲರೂ ಆ ಸಂಜೆಯನ್ನು ಕೊಠಡಿಯ ಮಂಕಾದ ಪ್ರಕಾಶದಲ್ಲಿ ಶಾಂತವಾಗಿ ಕಳೆಯುತ್ತಿದ್ದರು.

ಯಜಮಾನಿಗೆ ಮೃಗಗಳ ಮೇಲೆ ಹೆಚ್ಚಾದ ಪ್ರೀತಿಯಿರುವ ಕಾರಣ, ಈ ಮೃಗಗಳು ಸಂದರ್ಶನಕ್ಕೆ ಬರುವುದರಿಂದ ಆಕೆಗೆ ತೊಂದರೆಯಾಗಲಿಲ್ಲ. ಆದರೆ, ಬರುವ ಪ್ರತಿಯೊಬ್ಬ ಪ್ರಾಣಿಯೂ ತಮ್ಮ ರೋಮದ ಮೇಲೆ ಇರುವ ಮಂಜನ್ನು ಒದರಿಬಿಟ್ಟು ತಮ್ಮ ಪಂಜಗಳನ್ನು ಒರಸಿಕೊಳ್ಳಬೇಕಾಗಿತ್ತು. ಆಗಾಗ, ಸಂಜೆಯ ವೇಳೆಯಲ್ಲಿ ಯಜಮಾನಿಯು ಆ ಸಂದರ್ಶಕರಿಗಾಗಿ ಬಾಗಲಿನ ಹತ್ತಿರ ತಿಂಡಿ ಅಥವಾ ಸಣ್ಣ ಗಿಣ್ಣಲುಗಳಲ್ಲಿ ಅವಲಕ್ಕಿ, ಗೋದಿ, ನೀರು ಮುಂತಾದವು ಇಡುತ್ತಿದ್ದಳು.

ಬಾ ನು ತನ್ನ ರೆಪ್ಪೆಗಳ ಎಡೆಯಿಂದ ತನ್ನ ಮುಂದೆ ನೆಲದ ಮೇಲೆ ದಣಿವಾರಿಸಿಕೊಳ್ಳುತ್ತಿರುವ ಪ್ರಾಣಿಗಳನ್ನು ನೋಡಿದಳು. ಅವಳು ಅವರೆಲ್ಲರ ಬಗ್ಗೆ ಚೆನ್ನಾಗಿ ತಿಳಿದುಕೊಂಡಿದ್ದಳು. ಅವಳೂ ಹುಟ್ಟಿದ ದಿನದಿಂದ ಇವರ ಜೊತೆಯಲ್ಲೇ ಇದೇ ಹೊಲಮನೆಯಲ್ಲೇ ವಾಸವಾಗಿದ್ದಳು. ಬಾನು ಈ ಎಲ್ಲಾ ಮೃಗಗಳ ಕಾಯಿಲೆಗಳು ಯಾವವೆಂತಲೂ ತಿಳಿದಿದ್ದಳು.

ರೆಕ್ಸ್ ಎಂಬ ಕಾವಲುನಾಯಿ ವಯಸ್ಸಾದ ಕಾರಣ ತನ್ನ ಶಕ್ತಿಯನ್ನು ಅಪರಿಚಿತರನ್ನು ನೋಡಿ ಬೊಗಳುವದಕ್ಕೋಸ್ಕರ ಮಾತ್ರ ಉಳಿಸಿದ್ದಾನೆ. ಅವನ ಶಬ್ದವೂ ಒರಟಾಗಿದೆ. ಆಗಾಗ, ಬಾನು ತನ್ನ ಬೆಚ್ಚಗಿರುವ ಪಂಜಿನಿಂದ ರೆಕ್ಸಿನ ಎದೆಯ ಮೇಲೆ, ಆ ನಾಯಿಯ ಮೆಲ್ಲಗೆ ಹೊಡಿಯುತ್ತಿರುವ ಹೃದಯ ಇರುವ ಜಾಗದ ಮೇಲೆ, ಒತ್ತುವಳು. ಈ ಸ್ಪರ್ಶದಿಂದ, ಆ ನಾಯಿಯು ನಿಡುಸುಯಿಲು ಎಳೆದು ತನ್ನ ಬಾಲವನ್ನು ಅಲ್ಲಾಡಿಸುವುದು. ಈಗ ರೆಕ್ಸ್ ತನ್ನ ತಲೆಯನ್ನು ತನ್ನ ಎರಡು ಕಾಲುಗಳ ನಡುವೆ ಇಟ್ಟುಕೊಂಡು ಗೊರಕೆ ಎಳೆಯುತ್ತಾ ಒಂದು ಹಳೇ ಬಟ್ಟೆಯ ಮೇಲೆ ನಿದ್ದೆಮಾಡುತ್ತಿದ್ದನು.

ಗುಬ್ಬಚ್ಚಿಗಳು ಯಾರೋ ಮರೆತುಹೋದ ಒಂದು ದಾರದ ಉಂಡೆಯ ಮೇಲೆ ಕೂತಿದ್ದವು. ಅವು ತಮ್ಮ ಗರಿಗಳನ್ನು ತುಪ್ಪುಳತುಪ್ಪುಳಾಗುವಂತೆ ಕೆದರಿಕೊಂಡು, ಬೇಸಿಗೆಕಾಲದ ಬಗ್ಗೆ ಕನಸುಕಾಣುತ್ತಿದ್ದವು.

ಅ ಣಿಲು ಕುಟುಂಬದ ಕಾಯಿಲೆಗಳು ಯಾವವೆಂತಲೂ ವೈದ್ಯ ಬೆಕ್ಕಿಗೆ ತಿಳಿದಿತ್ತು. ಹಲವು ಸಾರಿ ಈ ಅಣಿಲುಗಳು ತನ್ನ ಸಹಾಯವನ್ನು ಬೇಡುತ್ತಾ ತನ್ನ ಹತ್ತಿರ ಬಂದಿದ್ದರು.

ಹಿಂದಿನ ಬೇಸಿಗೆಕಾಲದಲ್ಲಿ, ತಂದೆ-ಅಣಿಲು ಒಮ್ಮೆ ತೋಟದ ಗೋಡೆಗಳ ಮೇಲೆ ಹಾರುತ್ತಾ ಬಂದಾಗ ತನ್ನ ಮುಂದಿನ ಪಂಜನ್ನು ಗಾಯಮಾಡಿಕೊಂಡನು. ವೈದ್ಯ ಬೆಕ್ಕು ತನ್ನ ಮೃದುವಾದ ಪಂಜಿನಿಂದ ಆ ಗಾಯವನ್ನು ಹಲವು ರಾತ್ರಿಗಳಲ್ಲಿ ತಡವಿದ ಕಾರಣ ಆ ಗಾಯದ ನೋವು ತಗ್ಗಿತು.

ಆ ಅಣಿಲು-ಮರಿಗಳು ಮಯ್ಯೊಳಿತುಳ್ಳವುಗಳಾಗಿದ್ದವು; ಅವು ಕೆಲವೊಮ್ಮೆ ಬಹು ಚುರುಕಾಗಿದ್ದವು. ಆದರೂ, ಅವು ಆ ಬೆಕ್ಕಿನ ಗುರುಗುಟ್ಟುವಿಕೆಯನ್ನು ಕೇಳಿಕೊಳ್ಳುತ್ತಿದ್ದಾಗ ಶಾಂತವಾದವು. ಇದರಿಂದ ತಾಯಿ-ಅಣಿಲು ತನ್ನ ಶಿಶುಪಾಲನೆ ಧರ್ಮವನ್ನು ಮರೆತು ಸ್ವಲ್ಪ ಹೊತ್ತು ವಿಶ್ರಮಿಸಲು ಸಮಯವು ಸಿಗುತ್ತಿತ್ತು.

ಈಗ, ತಾಯಿ-ಅಣಿಲೂ ಕೂಡ ಸುಖವಾದ ಅರ್ಧನಿದ್ದೆಯಲ್ಲಿದ್ದಳು. ಅವಳು ತನ್ನ ತುಪ್ಪುಳತುಪ್ಪುಳಾದ ಉದ್ದವಾದ ಬಾಲವನ್ನು ತನ್ನ ಮರಿಗಳನ್ನು ಸುತ್ತಿ ಇಟ್ಟುಕೊಂಡಿದ್ದಳು. ಆಗ ಆ ಕೊಠಡಿಯಲ್ಲಿ ಇದ್ದವರೆಲ್ಲರೂ ತೂಕಡಿಕೆ ಬರಿಸುವ ಒಂದು ಶಾಂತತೆಯನ್ನು ಅನುಭವಿಸುತ್ತಿದ್ದರು - ಯಾರೋ ಬಗಿಲನ್ನು ಜೋರಾಗಿ ತಟ್ಟುವ ಶಬ್ದವು ಕೇಳಿಸಿದ ತನಕ. ಗಾಬರಿಯಿಂದ ಅವರೆಲ್ಲರೂ ಎಚ್ಚರಗೊಂಡು, ತಟ್ಟುವವರು ಯಾರು ಎಂದು ತಿಳಿದುಕೊಳ್ಳಲು ತಿರುಗಿನೋಡಿದರು.

ಮುಂಬಾಗಿಲು ಜೋರಾಗಿ ನೂಕುತ್ತಾ ಒಬ್ಬ ಬೆಟ್ಟದ ಮೊಲವು ಒಳಕ್ಕೆ ಹಾರುತ್ತಾ ಬಂತು. ಆಕೆ ಬಂದಾಗ ತನ್ನೊಂದಿಗೆ ಬೀಸುವ ತಂಗಾಳಿಯೂ ಭದ್ರದಾರು ಮಾರದ ರೆಂಬೆಗಳ ವಾಸನೆಯೂ ಒಳಕ್ಕೆ ಹೊಡೆಯುತ್ತಾ ಬಂತು. ಅಸಮಾಧಾನದಿಂದ ಆ ಮೃಗಗಳು ಎದ್ದರು. ತಾವು ತಮ್ಮ ವೈದ್ಯ ಬೆಕ್ಕಿನ ಸಂಗಡ ಸಮಾಧಾನದಿಂದ ಸುಖವಾಗಿ ಕಳೆಯುತ್ತಿದ್ದ ಈ ಕ್ಷಣವನ್ನು ಭಂಗಮಾಡಿಕ್ಕೊಂಡು ಇಷ್ಟೊಂದು ಅವಸರದಿಂದ ಈ ಮೊಲ ಓಡಿಬಂದಿದ್ದು ಏತಕ್ಕೆ?

‘ಬಾನು, ನೀನು ನನಗೆ ಸಹಾಯಮಾಡಬೇಕು’ ಎಂದು ಆ ಮೊಲವು ಉಸಿರುಕಟ್ಟಿಕೊಂಡು ಹೇಳಿತು. ‘ನನ್ನ ಪುಟ್ಟ ಮಗುವಿಗೆ ಸಹಾಯಮಾಡಬೇಕು.’

‘ಏನಾಯಿತು?’ ಎಂದು ಬಾನು ವ್ಯಾಕುಲಗೊಂಡು ಕೇಳಿದಳು. ಅವಳು ತನ್ನ ಜೊತೆಯಲ್ಲಿದ್ದ ಪ್ರಾಣಿಗಳೊಂದಿಗೆ ಆ ಸಂಜೆಯನ್ನು ಶಾಂತವಾಗಿ ಕಳೆಯುವ ಮನಸಲ್ಲೇ ಇದ್ದಳು.

‘ನನ್ನ ಮರಿ ತುಂಬಾ ಜ್ವರ ಬಂದು ಕಗ್ಗಾಡಿನಲ್ಲಿರುವ ನಮ್ಮ ಗುದ್ದಿನಲ್ಲಿ ಮಲಗಿಕೊಂಡಿದ್ದಾನೆ’ ಎಂದು ಆ ತಾಯಿ ಆತಂಕಗೊಂಡು ಹೇಳಿದಳು. ‘ಪಾಪ, ಅವನ ಮುಸುಡಿಯು ಕೆಂಪಾಗಿ ಸುಡುತ್ತಾ ಇದೆ. ಅವನಿಗೆ ಉಸಿರಾಡಕ್ಕೂ ಆಗುತ್ತಿಲ್ಲ.’

‘ನಿನ್ನ ಮಗುವನ್ನು ಇಲ್ಲಿಗೇ ತರದೆ ಇದ್ದಿದ್ದು ಏಕೆ?’ ಎಂದು ಆ ವೈದ್ಯ ಬೆಕ್ಕು ಕೇಳಿದಳು.

‘ಇಂಥಾ ಚಳಿಯಲ್ಲೋ?! ಅವನಿಗೆ ಈಗಿರುವ ಪರಿಸ್ಥಿತಿಯಲ್ಲಿ ಅವನನ್ನು ಕರಕೊಂಡು ಆ ಕಾಡನ್ನೇ ದಾಟುವುದಕ್ಕೆ ಆಗುವದಿಲ್ಲ’ ಎಂದು ಆ ತಾಯಿ-ಮೊಲ ಹೇಳಿದಳು.

ಬಾನು ಎಂಬ ಬೆಕ್ಕು ಆ ತಾಯಿಯ ಉತ್ತರವನ್ನು ಕೇಳಿಸಿಕೊಂಡು ತುಂಬಾ ಯೋಚನೆಮಾಡಿದಳು. ಅವಳಿಗೆ ಈ ರಾತ್ರಿಯ ಕತ್ತಲಿನಲ್ಲೂ ಬೀಸುತ್ತಿರುವ ಹಿಮಪಾತದಲ್ಲೂ ಆಚೆ ಹೊರಡುವುದಕ್ಕೆ ಮನಸ್ಸು ಬರಲಿಲ್ಲ. ತನ್ನ ಮನೆಯ ಬೆಚ್ಚಗಿರುವಿಕೆಯಲ್ಲೇ ಎಲ್ಲರನ್ನು ವಾಸಿಮಾಡುವುದು ಇನ್ನೂ ಸೌಕರ್ಯಕರವಾಗಿತ್ತು.

**ಬಾ**ನು ಏನು ಯೋಚನೆಮಾಡುತ್ತಿದ್ದಳು ಎಂದು ಆ ಮೊಲ-ತಾಯಿಗೆ ಗೊತ್ತಾಯಿತು. ಆದರೆ, ಆಕೆಗೆ ಬಿಟ್ಟುಕೊಡುವುದಕ್ಕೆ ಮನಸ್ಸಿರಲಿಲ್ಲ. ಆಕೆಗೆ ಎಲ್ಲಕ್ಕಿಂತ ಮೇಲಾಗಿ ತನ್ನ ಮಗುವಿನ ಆರೋಗ್ಯವೇ ಮುಖ್ಯವಾಗಿತ್ತು. ಮಗು ವಾಸಿಯಾಗುವದಕ್ಕೋಸ್ಕರ ಏನೇ ಮಾಡುವುದಕ್ಕಾಗಿಯೂ ಆಕೆ ಸಿದ್ಧಳಾಗಿದ್ದಳು.

ಕಡೆಗೆ ಆ ಮೊಲ: 'ಸೆರಿ, ಮನೆಯ ಮುಂದೆ ಇರುವ ಆ ಜಾರುಬಂಡಿಯಲ್ಲಿ ನಾನು ನಿನ್ನನ್ನು ಆ ಕಗ್ಗಾಡಿಗೆ ಕರಕೊಡುಹೋಗುತ್ತೇನೆ' ಎಂದು ಹೇಳಿದಳು. ಮನೆಯಲ್ಲೇ ಬೆಳೆದಿರುವ ದುಂಡು ದುಂಡಾಗಿರುವ ಈ ಬೆಕ್ಕಿಗೆ ಕಾಲಿನಿಂದ ಬಹು ದೂರ ಮಂಜಿನಲ್ಲಿ ಬೆಟ್ಟ ಹತ್ತುವುದು ತುಂಬ ಕಷ್ಟ ಕೆಲಸ ಎಂದು ಆಕೆ ಎಣಿಸಿಕೊಂಡಳು.

'ಪಾಪ, ಆ ಮಗುವನ್ನು ವಾಸಿಮಾಡದೆ ಬಿಡುವದು ಹೇಗೆ?' ಎಂದು ಅಲ್ಲಿದ್ದ ಇತರ ಮೃಗಗಳೂ ಆ ತಾಯಿಗೆ ಬೆಂಬಲ ನೀಡುತ್ತಾ ಹೇಳಿದರು.

ಕೊನೆಯಲ್ಲಿ, ಆ ವೈದ್ಯ ಬೆಕ್ಕು ಒಪ್ಪಿಕೊಂಡಳು. ಅವಳು ಮೆಲ್ಲಗೆ ಎದ್ದು, ತನ್ನ ಕಾಲುಗಳನ್ನು ಚಾಚಿಕೊಂಡು ಆ ಒಲೆಯ ಮೇಲಿನಿಂದ ಕೆಳಕ್ಕೆ ಹಾರಿ ಇಳಿದಳು.

'ಹಾಗಾದರೆ ಹೋಗೋಣ, ಬನ್ನಿ. ಆದರೆ ನೀವು ನನಗೋಸ್ಕರ ಆ ಜಾರುಬಂಡಿಯ ಮೇಲೆ ಒಂದು ಕಂಬಳಿಯ ಹೊದಿಕೆಯನ್ನು ಹಾಸಿರಬೇಕು.'

'ಸೆರಿ' ಎಂದು ಹೇಳಿ, ಆ ಮೊಲ ತನ್ನ ಸುತ್ತಲೂ ನೋಡಿದಳು. ಆ ಕೊಠಡಿಯಲ್ಲಿ ಒಂದು ಕುರ್ಚಿಯ ಮೇಲೆ ಬಿದ್ದಿದ್ದ ಕಂಬಳಿಯನ್ನು ತೆಗೆದುಕೊಂಡು ಬಾಗಲಿನ ಕಡೆಗೆ ಓಡಿದಳು. 'ಬೇಗ ಹೋಗೋಣ, ಬನ್ನಿ.'

ಹಿಮದಿಂದ ಮೂಡಿಕೊಂಡಿದ್ದ ಆ ಜಾರುಬಂಡಿ ಆಚೆ ಅವರಿಗಾಗಿ ಕಾಯುತ್ತಿತ್ತು. ಮೊಲವು ಆ ಬಂಡಿಯ ಮೇಲೆ ಇದ್ದ ಮಂಜನ್ನೆಲ್ಲಾ ಒರಸಿದಳು. ಬಾನು ಮನಸ್ಸಿಲ್ಲದ ಅದರ ಮೇಲೆ ಹತ್ತಿ, ಆ ಕಂಬಳಿಯಿಂದ ತನ್ನನ್ನು ಹೊದ್ದುಕೊಂಡಳು. ಆ ಬೆಕ್ಕಿನ ಮೂಗು ಮತ್ತು ಮೀಸೆ ಮಾತ್ರ ಆಚೆ ಕಾಣಿಸುತ್ತಿದ್ದವು.

ತನ್ನ ಮಗು ಜ್ವರದಿಂದ ಸಹಾಯಕ್ಕಾಗಿ ಕಾಯುತ್ತಿರುವ ಆ ಕಗ್ಗಾಡಿನ ಕಡೆಗೆ ಮೊಲ-ತಾಯಿ ತನ್ನ ಪ್ರಯಾಸಕರವಾದ ಪ್ರಯಾಣವನ್ನು ಪ್ರಾರಂಭಿಸಿದಳು. ವೈದ್ಯ ಬೆಕ್ಕು ತುಂಬಾ ದಪ್ಪವಾಗಿದ್ದ ಕಾರಣ ಆ ಬಂಡಿಯನ್ನು ಎಳೆಯುವುದು ಕಷ್ಟವಾಗಿತ್ತು. ಆ ಬಂಡಿಯ ತುಂಡುಗಳು ಮಂಜಿನಲ್ಲಿ ಆಳವಾಗಿ ಸಿಕ್ಕಿಕ್ಕೊಳ್ಳುತ್ತಿದ್ದವು. ಆ ಮೊಲವು ಹಿಮದಲ್ಲಿ ಬಿಸಿಯುಸಿರು ಬಿಡುತ್ತಿತ್ತು.

ಆಗಾಗ, ಮುಂದೆ ಇರುವ ದೂರವನ್ನು ಯೋಚನೆಮಾಡಿಕೊಂಡು ಆ ಮೊಲಕ್ಕೆ ನಿರಾಶೆಯಿಂದ ಬಿಟ್ಟುಕೊಡಬೇಕೆಂದು ಅನಿಸುತ್ತಿತ್ತು. ಬೀಳುತ್ತಿರುವ ಮಂಜು ಅವರನ್ನು ನಿಧಾನಮಾಡಿತು. ಉಸಿರಾಡಲು ವಿರಾಮಕ್ಕಾಗಿ ಆಗಾಗ ನಿಲ್ಲಿಸಬೇಕಾಗಿತ್ತು. ತಾನು ಬಳಲಿ ಬೀಳುವಂಥ ಸ್ಥಿತಿಗೆ ಬರುವಾಗೆಲ್ಲಾ ತನ್ನ ಮಗುವಿನ ಚಿತ್ರ ಆಕೆಯ ಕಣ್ಣಮುಂದೆ ಬರುತ್ತಿತ್ತು. ಆ ತಂಗಾಳಿಯಲ್ಲಿ 'ಅಮ್ಮಾ' ಎಂದು ಕೂಗುವ ಒಂದು ಸಣ್ಣ ಶಬ್ದವು ಬರುತ್ತಿರುವಂತೆ ಆಕೆಗೆ ಅನಿಸಿತು.

ಆ ಕಾಡಿನಲ್ಲಿ ಕತ್ತಲು ತುಂಬುತ್ತಾ ಬಂತು. ಉದ್ದುದ್ದವಾದ ದೇವದಾರು ಮರಗಳು ಪಕ್ಕಪಕ್ಕ ನಿಂತುಕೊಂಡಿದ್ದವು. ಏನೋ ಅಪಾಯವನ್ನು ಎದುರುನೋಡುತ್ತಾ ಮೊಲ ತಾಯಿ ಬೆಂಬಲಗೊಂಡಳು.

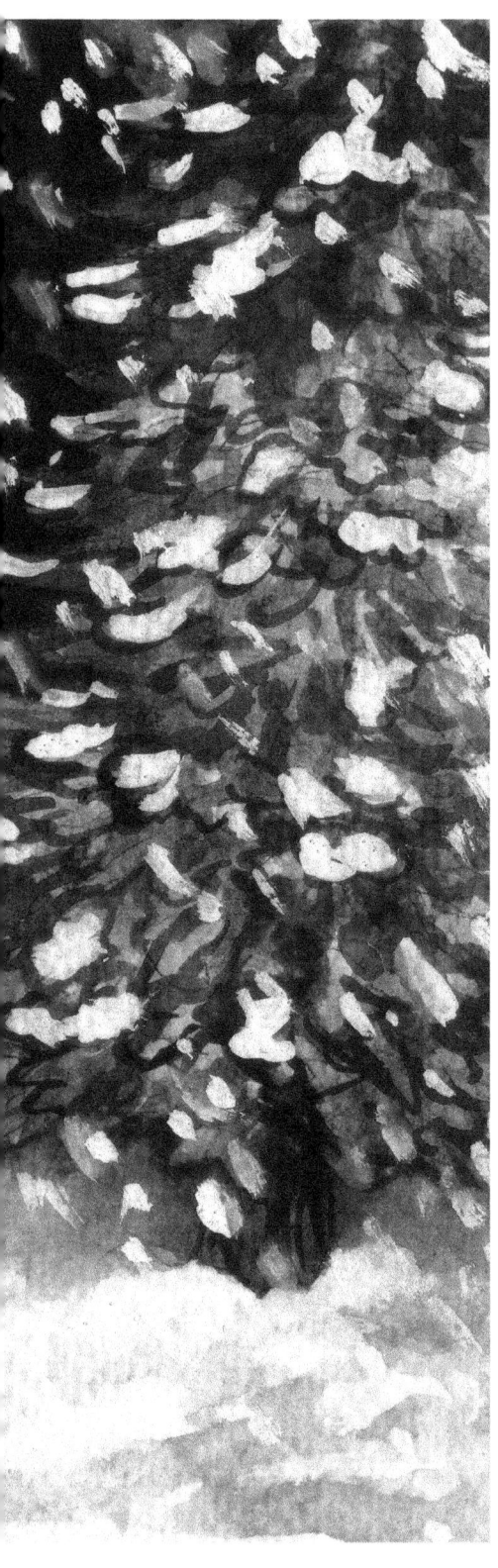

ಜಾರುಬಂಡಿಯಲ್ಲಿ ಪ್ರಯಾಣಮಾಡುತ್ತಾ, ಆ ಮೊಲವೂ ವೈದ್ಯ ಬೆಕ್ಕೂ ಹಿಮಸರಳುಗಳಿಂದ ಮೂಡಿರುವ ಒಂದು ಎತ್ತರವಾದ ಬಂಡೆಯ ಹತ್ತಿರ ಬಂದರು. ಆ ಬಂಡೆಯ ಹಿಂದೆ ಬೆಳೆದಿರುವ ದೇವದಾರು ಮರಗಳ ಹಿಂದಿನಿಂದ ಒಂದು ನರಿಯು ಅವರ ಮುಂದಕ್ಕೆ ನೆಗೆದು ಬಂತು. ಆ ಪ್ರಯಾಣಿಕರನ್ನು ನರಿಯು ತನ್ನ ಚುಚ್ಚುವ ಕಣ್ಣುಗಳಿಂದ ಆಶ್ಚರ್ಯದಿಂದ ನೋಡುತ್ತಿತ್ತು. ಈ ವಿಚಿತ್ರವಾದ ಪ್ರಯಾಣಿಕರನ್ನು ನೋಡಿ, 'ಇವರನ್ನು ಏನು ಮಾಡೋಣ' ಎಂದು ಯೋಚನೆ ಮಾಡುತ್ತಾ ಇತ್ತು. ತನ್ನ ಖಾಲಿಯಾಗಿದ್ದ ಹೊಟ್ಟೆಯಲ್ಲಿ ಸದ್ಯಕ್ಕೆ ಏನು ಸಿಕ್ಕಿದರೂ ತಿನ್ನಬಹುದಾಗಿತ್ತು. ಮೊಲವಂತೂ ನೋಡಕ್ಕೆ ತುಂಬ ಸಣ್ಣವಾಗಿದೆ, ಆದರೆ ಆ ಬಂಡಿಯ ಮೇಲೆ ಮೂಟೆಯಾಗಿ ಬಿದ್ದಿರುವುದೇನು?

ಆ ನರಿಯು ಗಾಳಿಯನ್ನು ಮೂಸಿನೋಡುತ್ತಾ ಅವರ ಹತ್ತಿರಕ್ಕೆ ಬಂತು.

'ಎದ್ದೇಳು, ಬಾನು! ನಮ್ಮ ಪ್ರಣಕ್ಕೆ ಅಪಾಯವಿದೆ, ಬೇಗ ಎದ್ದು ಸಹಾಯಮಾಡು, ಬಾ' ಎಂದು ಆ ಮೊಲವು ಹೇಳಿ ತನ್ನ ಸಂಗಾತಿಯನ್ನು ಎಬ್ಬಿಸಿದ್ದಳು.

'ಇಲ್ಲೇನು ನಡಿಯುತ್ತಿದೆ?' ಎಂದು ಹೇಳಿಕೊಂಡು ಆ ಬೆಕ್ಕು ತನ್ನ ಹೊದಿಕೆಯನ್ನು ಎಸೆದುಬಿಟ್ಟು ಎದ್ದುಬಂದಳು.

ರಾತ್ರಿಯ ದೃಶ್ಯವನ್ನು ಹಿಮಪಾತದೊಳಗಿಂದ ಚಂದ್ರನು ಅತ್ಯಲ್ಪವಾಗಿ ಪ್ರಕಾಶಗೊಳಿಸುತ್ತಿದ್ದನು. ತನ್ನ ಮತ್ತು ಮೊಲದ ಜೀವಕ್ಕೆ ಅಪಾಯವಿದೆ ಎಂದು ಬಾನು ತಿಳಿದುಕೊಂಡಳು. ತಾನು ಸ್ವಲ್ಪ ದಪ್ಪಗಾದರೂ ತನ್ನಲ್ಲಿರುವ ಶಕ್ತಿಗಳನ್ನು ಕುರಿತು ಅವಳು ಚೆನ್ನಾಗಿ ತಿಳಿದಿದ್ದಳು. ಆ ಶಕ್ತಿ ತನ್ನ ಸ್ನಾಯುಗಳಲ್ಲಾದರೂ ಮೂಳೆಗಳಲ್ಲಾದರೂ ಇರುವುದಲ್ಲ; ಅದು ಎಲ್ಲೋ ಆಳವಾದ ಒಂದು ಜಾಗದಿಂದ ಬರುವದು. ಧೈರ್ಯದಿಂದ ಅವಳು ಆ ನರಿಯ ಮುಂದಕ್ಕೆ ಹೋದಳು.

ಆ ಬೆಕ್ಕೂ ನಾಯಿಯೂ ಮುಸುಡಿಗೆ ಮುಸುಡಿ ಒಬ್ಬರನ್ನೊಬ್ಬರು ಕಣ್ಣಿಗೆ ಕಣ್ಣು ನೋಡುತ್ತಾ ನಿಂತುಕೊಂಡಿದ್ದರು. ಮೊಲವು ಪಕ್ಕದಲ್ಲಿ ನಿಂತುಕೊಂಡು ಆ ದೃಶ್ಯವನ್ನು ನೋಡುತ್ತಿದ್ದಳು. ಆಕೆಗೆ ಅಲ್ಲಿಂದ ಓಡಬೇಕು ಎಂತಲೂ ಕಣ್ಣನ್ನಾದರೂ ಮುಚ್ಚಿಕೊಳ್ಳಬೇಕೆಂತಲೂ ಅನಿಸಿತು; ಆದರೆ ಆಕೆಗೆ ಅದೇನೂ ಮಾಡುವದಕ್ಕೆ ಆಗಲಿಲ್ಲ. ಹೆದರಿಕೊಂಡು, ತಪ್ಪಿಸಿಕೊಳ್ಳುವುದಕ್ಕೆ ಆಗುವುದೋ ಇಲ್ಲವೋ ಎಂದು ಯೋಚನೆಮಾಡುತ್ತಿದ್ದಳು.

ಬಾನುವಿಗೆ ಭಯವೇ ಇರಲಿಲ್ಲ. ಆ ನರಿ ತನ್ನ ಭಯಹುಟ್ಟಿಸುವ ಹಲ್ಲುಗಳನ್ನು ತೋರಿಸುತ್ತಾ ಗುರುಗುಟ್ಟುವಿಕೆಯನ್ನು ಪ್ರಾರಂಭಮಾಡಿದರೂ, ಬಾನು ತನ್ನ ಮಂಜಳು ಬಣ್ಣದ ಕಣ್ಣುಗಳನ್ನು ಆ ನರಿಯ ಮೇಲೆಯೇ ಇಟ್ಟಳು. ಅವಳ ಕಣ್ಣುಗಳು ವಿಶೇಷವಾದವುಗಳು. ಆ ಅರಣ್ಯದ ಕತ್ತಲಿನಲ್ಲಿ ಅವು ಎರಡು ಚಿನ್ನದ ದೀಪಗಳಂತೆ ಉರಿಯುತ್ತಿದ್ದವು. ಅವಳ ಕಣ್ಣುಗಳಿಂದ ಆ ತಂಗಾಳಿಯನ್ನು ನಿಲ್ಲಿಸಿ ಗಾಳಿಯನ್ನು ಬಿಸಿಮಾಡುವಂತಹ ಪ್ರಕಾಶವೂ ಬೆಚ್ಚುಗೆಯೂ ಹುಟ್ಟಿತ್ತಿತ್ತು.

**ಮೊ**ಲವು ಆಶ್ಚರ್ಯಪಟ್ಟಳು. ವೈದ್ಯ ಬೆಕ್ಕಿನ ಶಕ್ತಿ ಆಕೆ ಊಹಿಸಿದಕ್ಕಿಂತ ಹೆಚ್ಚಾಗಿತ್ತು. ಶಕ್ತಿಶಾಲಿಯಾದ ಆ ಬಕ್ಕಿನ ಮುಂದೆ ಆ ನರಿಗೂ ತನ್ನ ಶಕ್ತಿ ಕಡಿಮೆಯಾಗುತ್ತಿರುವಂತೆ ಅನಿಸಿತು. ನರಿ ತನ್ನ ಗುರುಗುಟ್ಟುವಿಕೆಯನ್ನು ನಿಲ್ಲಿಸಿತು; ಮತ್ತು ತನ್ನ ಭಯಂಕರವಾದ ಮುಖವೂ ಸೌಮ್ಯವಾಯಿತು. ಅದು ಸ್ವಲ್ಪ ಹೊತ್ತು ಹಾಗೇ ನಿಂತುಕೊಂಡ ನಂತರ ತಲೆಬಾಗಿತು. ಅದಕ್ಕೆ ಪ್ರತ್ಯುತ್ತವಾಗಿ ಬಾನೂ ಕೂಡ ತನ್ನ ತಲೆಯನ್ನು ಬಾಗಿದಳು.

ಆ ನರಿಯು ತಿರುಗಿಕೊಂಡು ಮೆಲ್ಲಗೆ ಆ ಕತ್ತಲಿನೊಳಕ್ಕೆ ಹೋಯಿತು. ವೈದ್ಯ ಬೆಕ್ಕು ಆ ಮೋಲದ ಹತ್ತಿರಕ್ಕೆ ಬಂದಳು. ಅವಳ ನಿಡುಗಣ್ಣುಗಳು ಉರಿಯುತ್ತಿದ್ದವು; ಅವಳ ಸ್ವರವು ಎಂದಿಗಿಂತ ಸೌಮ್ಯವಾಗಿತ್ತು.

'ಮೊಲ-ತಾಯೀ, ಆಪಯವು ದೂರವಾಗಿದೆ. ನಾವು ಈ ಜಾರುಬಂಡಿಯನ್ನು ಇಲ್ಲೇ ಬಿಟ್ಟುಕೊಂಡು, ವೇಗದಿಂದ ಪ್ರಯಾಣವನ್ನು ಮುಂದುವರಿಸೋಣ. ನಿನ್ನ ಗುದ್ದಿಗೆ ಬೇಗ ಹೋಗಿ ಸೇರುವಂತೆ ಒಂದು ಒಳಹಾದಿಯನ್ನು ತೋರಿಸು, ನಾನು ನಿನ್ನನ್ನು ಹಿಂಬಾಲಿಸುತ್ತೇನೆ' ಎಂದು ಬಾನು ತೀರ್ಮಾನಮಾಡಿಕೊಂಡು ಹೇಳಿದಳು.

ಕೊನೆಯಲ್ಲಿ, ಅವರಿಬ್ಬರೂ ದಣಿದು ಆ ಮೊಲದ ಗುದ್ದಿಗೆ ಬಂದು ಸೇರಿದರು. ಮೊಲ-ತಾಯಿ ತನ್ನ ಗುದ್ದನ್ನು ಕಾಪಾಡುತ್ತಿದ್ದ ಮರದ ರೆಂಬೆಗಳನ್ನು ಕದಲಿಸಿ, ವೈದ್ಯ ಬೆಕ್ಕನ್ನು ತನ್ನ ಮನೆಯೊಳಕ್ಕೆ ಕರಕೊಂಡು ಹೋದಳು.

'ಅಮ್ಮಾ, ನೀನೇನಾ ಅಮ್ಮಾ?' ಎಂದು ಒಳಕೋಣೆಯಿಂದ ಕೇಳುವ ಒಂದು ಪುಟ್ಟ ಶಬ್ದ ಅವರನ್ನು ಸ್ವಾಗತಮಾಡಿತು. 'ನನಗೆ ಆಗಾಗ ಭಯವಾಗುತ್ತಿತ್ತು. ಆದರೂ ನೀನು ಪುನಃ ಬರುವೆ ಎಂದು ನನಗೆ ಗೊತ್ತಿತ್ತು.'

ಮೊಲ ತಾಯಿ ತನ್ನ ಮಗುವನ್ನು ತುಂಬ ಹೊತ್ತು ಮೃದುವಾಗಿ ಅಪ್ಪಿಕೊಂಡು: 'ಹೌದು, ಮಗನೇ. ನಾನು ಹಿಂದಿರುಗಿ ಬಂದಿದ್ದೀನೆ. ಮಾತ್ರವಲ್ಲ, ನನ್ನ ಸಂಗಡ ನಿನ್ನನ್ನು ವಾಸಿಮಾಡುವದಕ್ಕೆ ಶಕ್ತಿಯಿರುವವರೊಬ್ಬರನ್ನೂ ತಂದಿದ್ದೇನೆ. ನನ್ನ ಜೊತೆ ಒಬ್ಬ ವೈದ್ಯ ಬೆಕ್ಕು ಬಂದಿದ್ದಾಳೆ' ಎಂದಳು.

ಮೊಲ ತಾಯಿ ತನ್ನ ಮಗುವಿನ ಹಾಸಿಗೆಯ ಹತ್ತಿರಕ್ಕೆ ಬಾನು ಬರುವಂತೆ ಜಾಗಬಿಟ್ಟಳು. ಆ ಬೆಕ್ಕು ಬೊಗ್ಗಿಕೊಂಡು ತನ್ನ ಪಂಜನ್ನು ಆ ಮಗುವಿನ ತಲೆಯ ಮೇಲೆ ಮೆಲ್ಲಗೆ ಇಟ್ಟಳು.

'ಈ ಕಾಡಿನ ಮೇಲೆ ಸರ್ಯನು ತನ್ನ ಪ್ರಕಾಶವನ್ನು ತರುವುದಕ್ಕೆ ಮುಂಚೆ ನೀನು ಗುಣಹೊಂದುವಿ' ಎಂದು ಆ ವೈದ್ಯ ಬೆಕ್ಕು ಅವನಿಗೆ ಭರವಸೆ ಕೊಟ್ಟಳು.

ದಣಿದ ಆ ಮೊಲ-ತಾಯಿ ತನ್ನ ಗುದ್ದಿನ ಹುಲ್ಲು ಹಾಸಿದ ನೆಲದ ಮೇಲೆ ನಿದ್ದೆಮಾಡಿಕೊಂಡಳು. ಆಗಾಗ ತನ್ನ ಕಣ್ಣುಬಿಟ್ಟು ನೋಡುವಾಗ, ತನ್ನ ಮಗುವಿನ ಹತ್ತಿರ ಆ ವೈದ್ಯ ಬೆಕ್ಕು ತಾಳ್ಮೆಯಿಂದ ಕೂತುಕೊಂಡು ತಗ್ಗುಸಿರಲ್ಲಿ ಗುರುಗುಟ್ಟುತ್ತಾ ಇರುವುದನ್ನು ಕಂಡಳು. ತುಂಬಾ ಕಾಲದ ನಂತರ ಆ ದಿನ, ಮೊಲ-ತಾಯಿ ತಾನು ಸುರಕ್ಷಿತಳು ಎನ್ನುವ ನಂಬಿಕೆಯಲ್ಲಿ ನೆಮ್ಮದಿಯಿಂದ ನಿದ್ದೆಮಾಡಿದಳು.

ಹಿಮಪಾತಕ್ಕೂ ಘೋರವಾದ ಮಳೆಗೂ ನಿಲ್ಲುವದಕ್ಕೆ ಆಧಿಕ ಸಮಯ ಬೇಕಾಗಿರುವುದಿಲ್ಲ. ಹಾಗೆಯೇ, ಆ ಕಗ್ಗಾಡಿನಲ್ಲಿ ಹಗಲು ಹೊಳೆಯುತ್ತಾ ಬೆಳಗುತ್ತಾ ಬಂತು. ಆ ಗುದ್ದಿನ ಪಕ್ಕದಲ್ಲಿರುವ ಒಂದು ಮರದ ಮೇಲೆ ಕೆಲವು ಹಕ್ಕಿಗಳು ಕುಳಿತುಕೊಂಡು ಚಿಲಿಪಿಲಿ ಹಾಡುತ್ತಿದ್ದವು. ಮುಂದಿನ ದಿನಕ್ಕಿಂತ ಈ ಹೊತ್ತು ಬಿಸಿಲು ಬರುತ್ತೆ ಎಂಬುವ ಚಿಂತೆಯಲ್ಲಿ ಆ ಹಕ್ಕಿಗಳು ಸಂತೋಷಪಡುತ್ತಿದ್ದರು. ಗುದ್ದಿನೊಳಗಿಂದ ಮೊಲ ತಾಯಿಯ ಹಿಂದೆ ಒಂದು ದೊಡ್ಡ ಬೆಕ್ಕು ಬರುವುದನ್ನು ನೋಡಿ ಭಯಪಟ್ಟು, ಆ ಹಕ್ಕಿಗಳು ಹಾರಿಹೋದವು.

'ನಾನು ನಿಮಗೆ ನನ್ನ ಕೃತಜ್ಞತೆಯನ್ನು ತೋರಿಸುವುದು ಹೇಗೆ? ನೀವು ಮಾಡಿರುವಂಥ ಸಹಾಯಕ್ಕಾಗಿ ನಿಮಗೆ ಕೊಡುವಂಥದು ನನ್ನ ಹತ್ತಿರ ಏನೂ ಇಲ್ಲವೇ' ಎಂದು ಆ ಮೊಲ ನಿಟ್ಟುಸಿರುಗೆರೆಯುತ್ತಾ ಹೇಳಿದಳು.

'ತೊಂದರೆಪಡಬೇಡಿ,' ಎಂದು ಆ ವೈದ್ಯ ಬೆಕ್ಕು ಹೇಳಿದಳು 'ನಿಮ್ಮ ಮಗುವನ್ನು ಕಾಪಾಡುವುದಕ್ಕೆ ಆಗಿದ್ದರಲ್ಲಿ ನನಗೂ ಸಂತೋಷ ಇದೆ. ಈ ಕಾರಣಕ್ಕಾಗಿ ನೀವು ಏನೂ ಕೊಡಬೇಕಾಗಿಲ್ಲ.'

'ನನ್ನ ಮಗುವನ್ನು ಊಟಮಾಡಿಸಿ ಮಲಗಿಸಿದ ಮೇಲೆ ನಿಮ್ಮನ್ನು ನಿಮ್ಮ ಮನೆಗೆ ಕರೆದುಕೊಂಡು ಹೋಗುತ್ತೇನೆ' ಎಂದು ಮೊಲವು ಹೇಳಿದಳು.

'ಅದು ಬೇಕಾಗಿಲ್ಲ. ನನಿಗೆ ನನ್ನ ದಾರಿ ಗೊತ್ತಾಗುತ್ತದೆ. ನಿನ್ನ ಗಮನ ಇಲ್ಲಿ ಬೇಕಾಗಿರುತ್ತದೆ. ನಿನ್ನ ಮಗುವಿನ ಆರೋಗ್ಯಕ್ಕೆ ಗಮನಕೊಡು' ಎಂದು ಆ ಬೆಕ್ಕು ವಿನಯದಿಂದ ಹೇಳಿದಳು.

ಬಾನು ಮತ್ತು ಮೊಲ ತಮ್ಮ ಮುಂದಿನ ಕಾಲುಗಳನ್ನು ಒಬ್ಬರಿಗೊಬ್ಬರು ಮುಟ್ಟಿಸುತ್ತಾ ನಮಸ್ಕರಿಸಿ ತಮ್ಮ ತಮ್ಮ ದಾರಿಗೆ ಹೊರಟರು. ವೈದ್ಯ ಬೆಕ್ಕು ಕಾಡಿನ ಮಾರ್ಗವಾಗಿ ಪ್ರಯಾಣಕ್ಕೆ ಹೊರಟಳು.

ಸೂರ್ಯನ ಕಾಂತಿ ಕಾಡಿನ ಮೇಲೆ ಬೀಳುತ್ತಿರುವುದರಿಂದ, ಆ ಕಾಡು ಈಗ ಭಯಂಕರವಾಗಿ ಅನಿಸುತ್ತಿರಲಿಲ್ಲ. ಬಾನು ಹಿಂದಿನ ರಾತ್ರಿಯಲ್ಲಿ ಬೀಸಿದ ಹಿಮಪಾತ ನಿಂತ ಮೇಲೆ ಉಳಿದಿದ್ದ ಜಾಡುಗಳನ್ನು ಹಿಡಿಯುತ್ತಾ ಹೋದಳು. ಇಲ್ಲಿ, ಅವರಿಬ್ಬರು ಒಬ್ಬರ ಹಿಂದೆ ಒಬ್ಬರು ಪ್ರಯಾಣಿಸಿದರು; ಅಲ್ಲಿ, ಅವರ ಜಾರುಬಂಡಿ ಮಂಜು ಮೂಡಿ ಬದ್ದಿತ್ತು.

ತಮ್ಮ ಪ್ರಯಾಣದಿಂದ ಉಳಿದಿದ್ದ ಜಾಡುಗಳನ್ನು ನೋಡುತ್ತಾ, ಬೆಕ್ಕು ತಮ್ಮ ಸಾಹಸವನ್ನು ನೆನಪುಮಾಡಿಕೊಂಡಳು. ಬಂಡೆಯ ಹಿಂದೆ ಇರುವ ಮರಗಳ ಹತ್ತಿರ ಅವಳಿಗೆ ಆ ನರಿಯು ಬಂದ ಜಾಡುಗಳೂ ಪುನಃ ಆ ಕಾಡಿನೊಳಕ್ಕೆ ಹಿಂದಿರುಗಿದ ಜಾಡುಗಳೂ ಕಾಣಿಸಿತು. ಆದರೆ ಆ ನರಿಯು ಹತ್ತಿರದಲ್ಲೆಲ್ಲೂ ಇರಲಿಲ್ಲ. ಅವಳು ಒಬ್ಬಳೇ ಪ್ರಯಾಣಮಾಡುತ್ತಾ ಬೇರೆ ಕಾಡುಗಳನ್ನೂ ಬಂಡೆ ಪ್ರದೇಶಗಳನ್ನೂ ದಾಟುತ್ತಾ ಹೋದಳು.

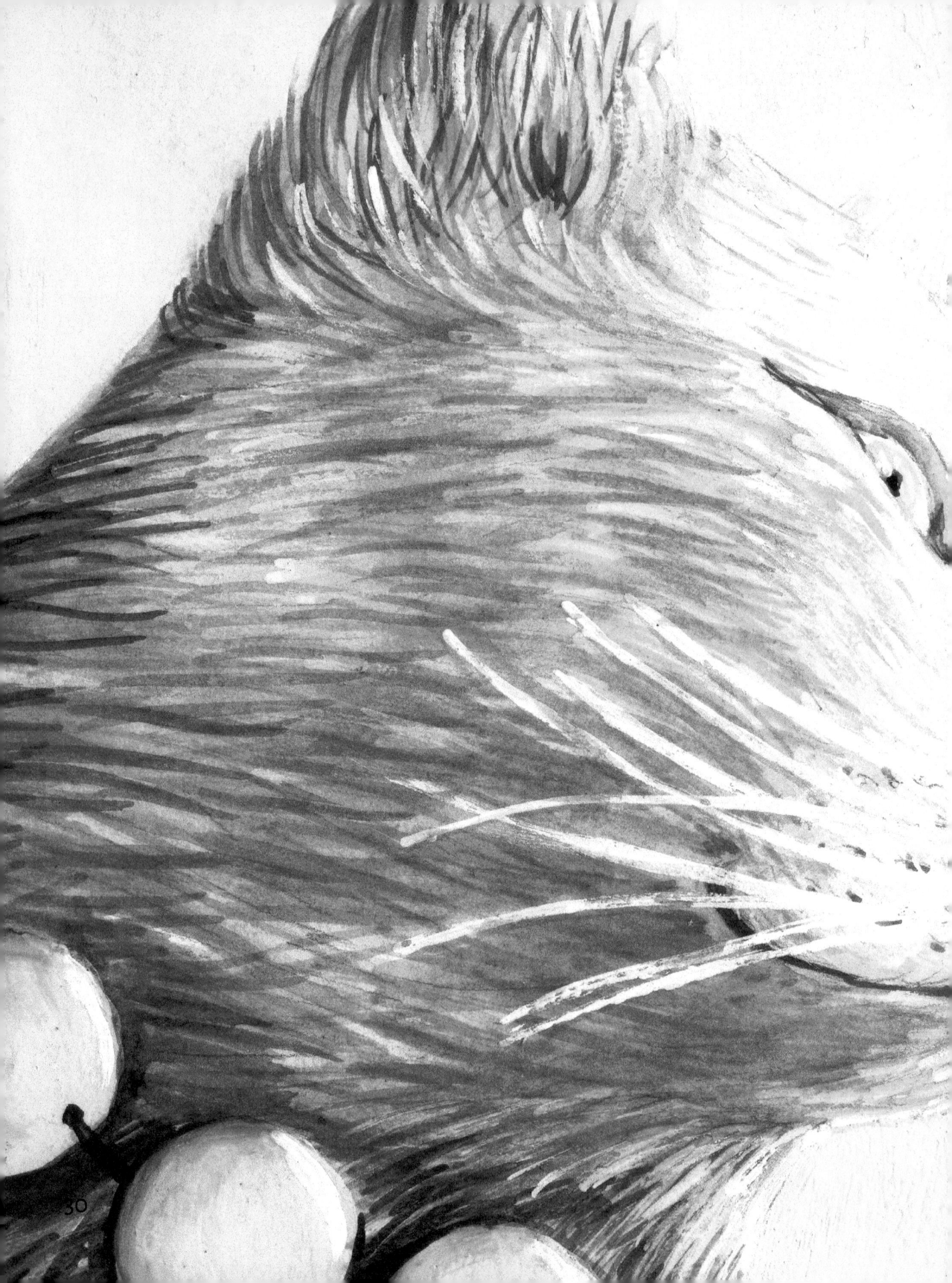

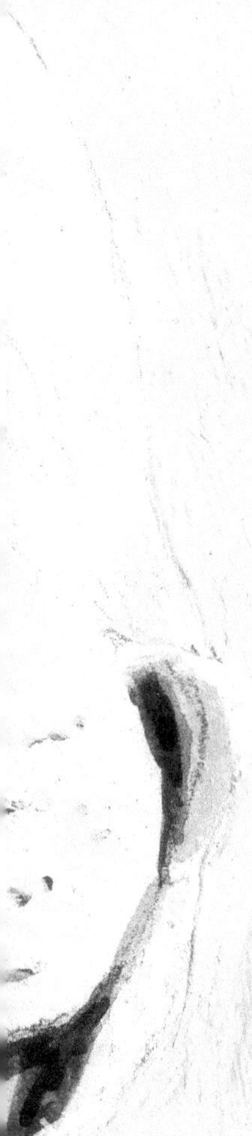

ಬಾನುಗೆ ತಾನು ಒಂಟಿಯಾಗಿದ್ದಾಳೆ ಎಂದು ಅನಿಸಲಿಲ್ಲ. ಆ ವೈದ್ಯ ಬೆಕ್ಕು ಸರ್ಯನ ಕಡೆಗೆ ನೋಡಿ, ತನ್ನ ಮೂಗನ್ನು ಆ ಪ್ರಕಾಶದ ಕಡೆಗೆ ಎತ್ತಿದಳು. ಅವಳ ಮೀಸೆ ಮಲ್ಲಗೆ ನಡುಗಿತು; ಅವಳಿಗೆ ನೆಮ್ಮದಿಯೂ ಸಮಾಧಾನವೂ ಅನಿಸಿತು. ಪರರನ್ನು ಯಥಾರ್ಥವಾಗಿ ಸಹಾಯಮಾಡುವುದರ ಅನುಭವ ಹೇಗಿರುವುದು ಎಂಬದು ಅವಳು ಬಹುಮಟ್ಟಿಗೆ ಮರತೇಹೋಗಿದ್ದಳು.

ಮೊಲದ ಗುದ್ದಿನೊಳಗಿದ್ದಾಗ, ಬಾನುಗೂ, ಪ್ರೀತಿಯ ಅಪಾರತೆಯ ಅನುಭವವಾಯಿತು. ಆ ತಾಯಿಯೂ ಮರಿಯೂ ಒಬ್ಬರಿಗೊಬ್ಬರು ಇರುವದರಿಂದ ಹೊಂದುವ ಸಂತೋಷವು ಆ ಬೆಕ್ಕಿನ ಮನಸ್ಸನ್ನೂ ಮುಟ್ಟಿತು. ಬಾನು ಈ ಹೃದಯವಂತಿಕೆಯನ್ನು ತನ್ನ ಈ ಗಂಭೀರವಾದ ಪ್ರಯಾಣದ ನೆನಪಿಗಾಗಿ ಇಟ್ಟುಕೊಳ್ಳಲು ಆಶಿಸಿದಳು.

ಬಿ ರುಗಾಳಿಯಲ್ಲಿ ದೂರಕ್ಕೆ ಹಾರಿಹೋದ ಆ ಕಂಬಳಿಯು ಅವಳಿಗೆ ಸಿಕ್ಕಿತು. ಅದು ಆ ಬಂಡೆಯ ಮೇಲೆ ಬಿಸಿಲು ಹೊಡೆಯುವಲ್ಲಿ ನಿಂತಿರುವ ಹಿಮಸರಳುಗಳಲ್ಲಿ ಸಿಕ್ಕಿಕೊಂಡಿತ್ತು. ಬೆಕ್ಕು ಆ ಕಂಬಳಿಯನ್ನು ತಕ್ಕೊಳ್ಳಲು ಆ ಬಂಡೆಯ ಮೇಲೆ ಹತ್ತಿದಳು. ಇಲ್ಲವಾದರೆ ಯಜಮಾನಿಯು ಅದಕ್ಕಾಗಿ ಹುಡುಕುವಳು.

32

ಮತ್ತಷ್ಟು ಬಲಗೊಂಡ ಆ ಬೆಕ್ಕು ಮನೆಗೆ ಹೊರಡಲು ಸಿದ್ಧವಾದಳು. ಇನ್ನೊಮ್ಮೆ ಅವಳು ಆ ಬೆಳಗಿನ ಪ್ರಕಾಶದಲ್ಲಿ ಮಿಂಚುತ್ತಿರುವ ಮಂಜಿನಿಂದ ಮೂಡಿಕೊಂಡ ಆ ಬಂಡೆಯನ್ನು ನೋಡುವದಕ್ಕೆ ತಿರುಗಿಕೊಂಡಳು. ವಸಂತಕಾಲ ಬರುವುದಕ್ಕೆ ಇನ್ನೂ ತುಂಬ ಕಾಲವಿದ್ದರೂ, ಸೂರ್ಯನು ಹಿಮಕ್ಕಿಂತ ಪ್ರಬಲವಾಗಿತ್ತು. ಪ್ರತಿಯೊಂದು ಹಿಮಸರಳಿನ ತುದಿಯಲ್ಲೂ ಒಂದು ಹನಿ ನೀರು –ಆನಂದಬಾಷ್ಪದಂತೆ - ಮಿಂಚುತ್ತಿತ್ತು. ಸಂತೃಪ್ತಳಾಗಿ, ಬಾನು ತನ್ನ ಜಾರುಬಂಡಿಯನ್ನು ಮನೆಯ ಕಡೆಗೆ ತಿರುಗಿಸಿದಳು.